# வூ–ஹூ பாலனை நாங்கள் என்ன செய்யலாம்?

# What Shall We Do With The BOO HOO BABY?

by Cressida Cowell

Illustrated by Ingrid Godon

Tamil translation by Nallathamby Rajalingam

Mantra Lingua

பாலன் கூறினான்,

The baby said,

"ஆ – ஹூ – ஹூ!"

"Boo-hoo-hoo!"

"குவாக்?"
வாத்து கத்தியது.

"Quack?"
said the duck.

வூ–ஹூ பாலனை
நாங்கள் என்ன செய்யலாம்?

What shall we do with
the boo-hoo baby?

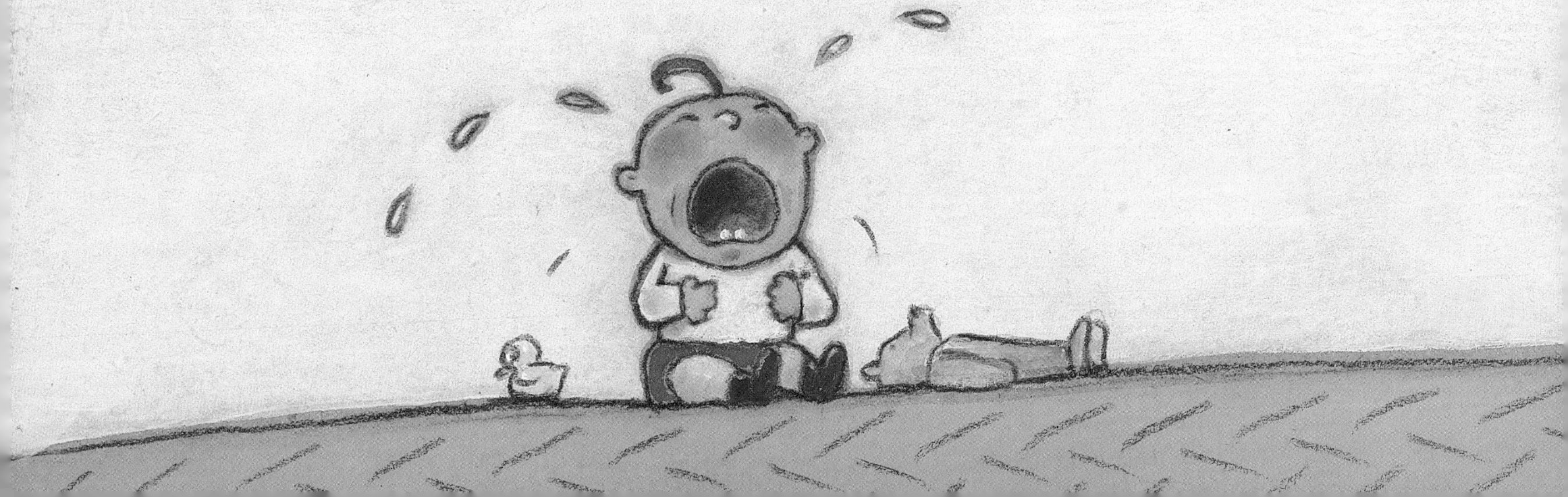

"அவனுக்கு உணவூட்டவும்," நாய் கூறிற்று.

"Feed him," said the dog.

எனவே பாலனுக்கு அவர்கள்
உணவூட்டினர்.

So they fed the baby.

"மியாவ்!"
பூனை கத்தியது.

"Miaow!"
said the cat.

"வௌ–வௌ!"
நாய் குலைத்தது.

"Bow-wow!"
said the dog.

"குவாக்!"
வாத்து கத்தியது.

"Quack!"
said the duck.

"மூ...!"
மாடு கத்தியது,

"Moo!"
said the cow,

மேலும்...
and...

“வூ–ஹூ–ஹூ!”
பாலன் கூறினான்.

"Boo-hoo-hoo!"
said the baby.

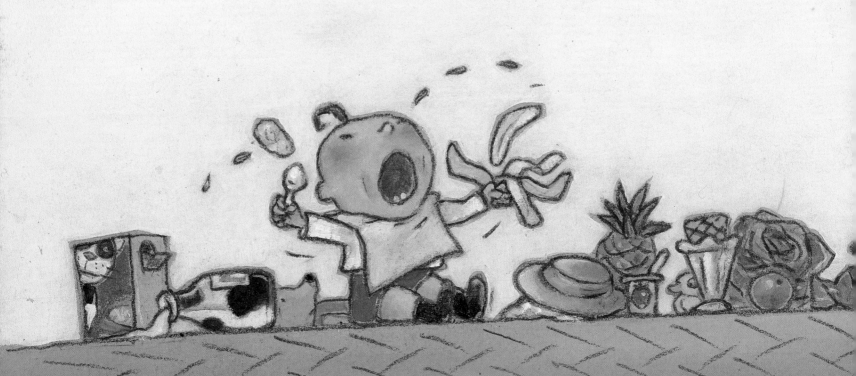

வூ-ஹூ பாலனை நாங்கள்
என்ன செய்யலாம்?
"அவனை நிராட்டவும்,"
பூனை கூறியது.

What shall we do with
the boo-hoo baby?
"Bath him,"
said the cat.

எனவே பாலனை அவர்கள் நீராட்டினார்கள்.

So they bathed the baby.

“மியாவ்!”
பூனை கத்தியது.

"Miaow!"
said the cat.

“வௌ–வௌ!”
நாய் குலைத்தது.

"Bow-wow!"
said the dog.

“குவாக்!”
வாத்து கத்தியது.

"Quack!"
said the duck.

"மூ...!"
மாடு கத்தியது,

"Moo!"
said the cow,

மேலும்...

and...

"ஆ–ஹூ–ஹூ!"
பாலன் கூறினான்.

"Boo-hoo-hoo!"
said the baby.

வூ–ஹூ பாலனை நாங்கள்
என்ன செய்யலாம்?
“அவனுடன் விளையாடுங்கள்,”
மாடு கூறியது.

What shall we do with
the boo-hoo baby?
“Play with him,”
said the cow.

எனவே பாலனுடன் அவர்கள் விளையாடினர்.

So they played with the baby.

"மியாவ்!"
பூனை கத்தியது.

"Miaow!"
said the cat.

"வௌ—வௌ!"
நாய் குலைத்தது.

"Bow-wow!"
said the dog.

"குவாக்!"
வாத்து கத்தியது.

"Quack!"
said the duck.

"மூ...!"
மாடு கத்தியது,

"Moo!"
said the cow,

மேலும்...

and...

"ஆ-ஹூ-ஹூ!"
பாலன் கூறினான்.


"Boo-hoo-hoo!"
said the baby.

வூ–ஹூ பாலனை நாங்கள்
என்ன செய்யலாம்?
“கட்டிலில் தூங்க வையுங்கள்,”
வாத்து கூறியது.

What shall we do with
the boo-hoo baby?
“Put him to bed,”
said the duck.

So they put him to bed.

"மியாவ்!"
பூனை கத்தியது.

*Miaow!*
said the cat.

எனவே அவனை கட்டிலில் தூங்கவைத்தனர்.

"வௌ–வௌ!" நாய் குலைத்தது.

*"Bow-wow!"* said the dog.

"குவாக்!" வாத்து கத்தியது.

*"Quack!"* said the duck.

"மூ...!" மாடு கத்தியது,

*"Moo!"* said the cow,

மேலும்...

and...

ஸ்ஸ்ஸ்ஸ்ஸ்ஸ்ஸ்ஸ்ஸ்

ZZZZZZZZ

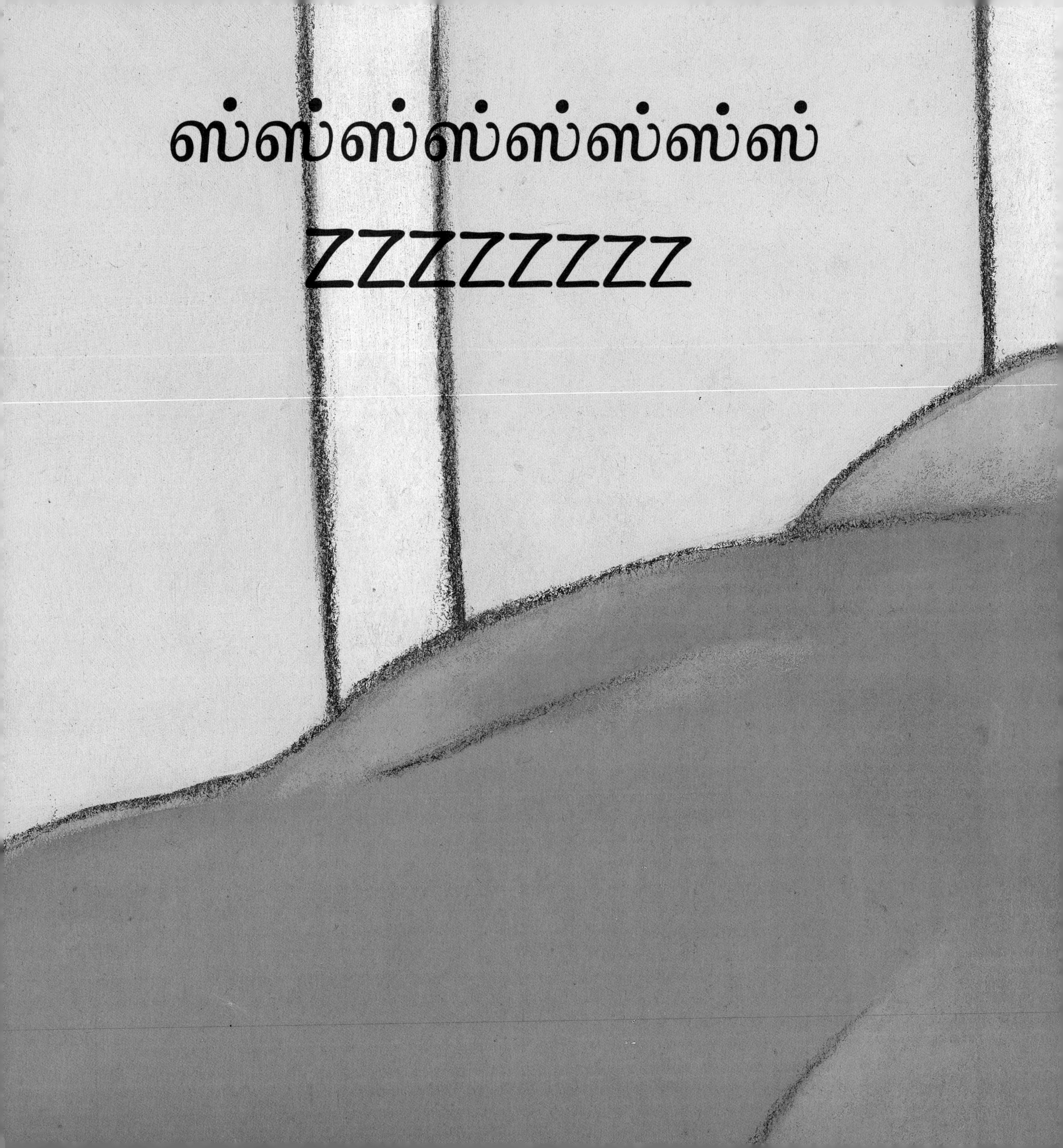

பாலன் மூச்சு விட்டான்.

said the baby.

For perplexed parents everywhere - C.C. 

Mantra Lingua
5 Alexandra Grove, London N12 8NU
www.mantralingua.com

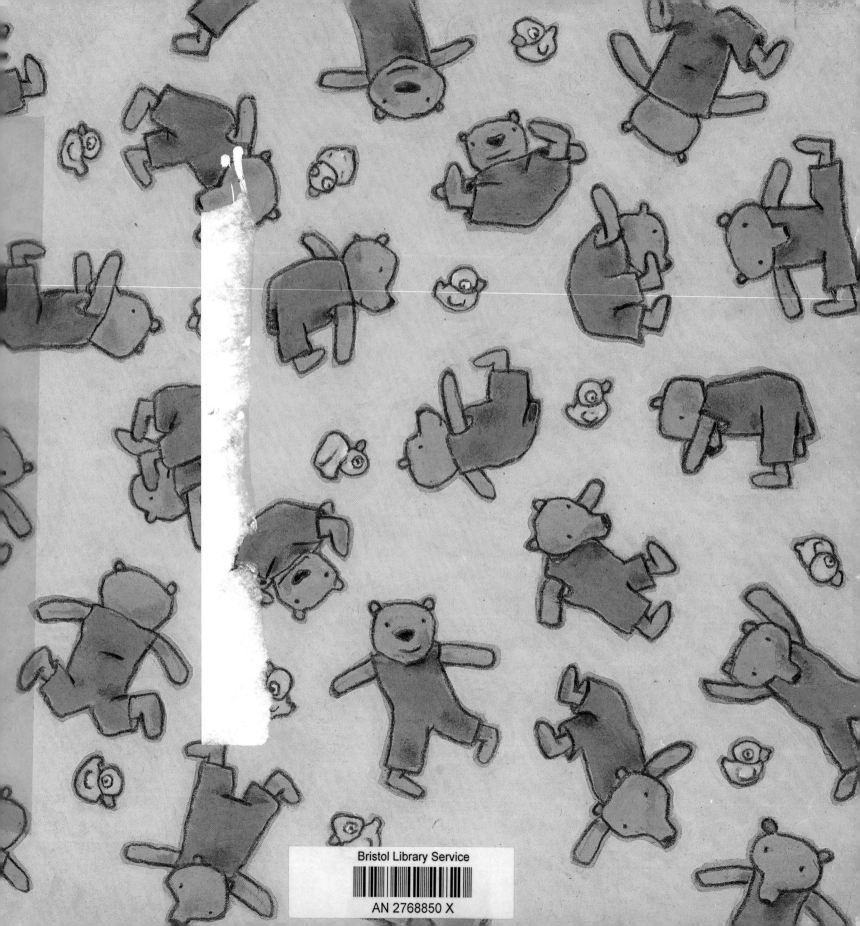